அவளும் நானும்

பாகம் - 1

பா. பிரவீன்

இக்காலத்தில் காதலின் சுவையை அறியாதவர் இன்று பலர். அத்தகைய சுவையை நமக்கு எடுத்துக் காட்டாக காட்சி தந்தவர்கள். ராமனும் சீதையும், கண்ணனும் ராதையும்.

இவ்வுலகிற்கு அந்த சுவையை இந்த காலத்திற்கு ஏற்ப காதலை காட்சி தரும், "அவளும் நானும்" காதல் காவியம்.

காதலில்,

விளைவுகளை ஏற்றுக் கொள்ளுங்கள்.
பிரச்சனைகளை எதிர்கொள்ளுங்கள்.

மனசார காதலியுங்கள்.

மன தைரியத்தோடு காதலியுங்கள்.

அன்போடும், பண்போடும்,

மாண்போடும், பணிவோடும்,

காதலியுங்கள்.

கவனமாக கையாளுங்கள் காதலை.

இனிதே தொடங்கட்டும் காதல் காவியம்.

முன்னுரை

இவ்வுலகில் அனைத்தும் காதலால் இயங்குகிறது. நானும் அதில் ஒரு அங்கம். காதலால் நானும் இயங்குவதனால் பெரு மகிழ்ச்சி கொள்கிறேன்.

என் காதலும் இக்கவிதையும் கதையும் தோன்றுவதற்கு காரணம் ஒரு பெண். அந்த பெண்ணைப் பார்க்க வந்த அந்த ஆணுக்கு கிடைத்த பரிசு தூரமும், காலமும். எங்கோ பிறந்த அந்த ஆண் அப்பெண்ணைப் பார்க்க முடியவில்லை முகவரி தெரியாததால். "ஆனால் விதி நம்மளை சும்மா விடாது அது உங்களுக்கே தெரியும்". அப்பெண்ணை பார்க்க விதி முடிவு செய்தது.

அந்த ஆணிற்கு பல இன்னல்களையும் பல சிக்கல்களையும் சூழ்ச்சி செய்து வெற்றி பெற்றது விதி. அப்பெண் இருக்கும் இடத்திற்கு அவனை கூட்டிச்சென்றது. அப்பெண் மீது அவனுக்கு காதல் வந்ததா......இந்த காதல் காவியம் சரித்திரம் படைத்ததா...

இக்கதையில் வரும் "அவன்" கதாபாத்திரத்தில் உங்கள் காதலனையும் மற்றும் "அவள்" கதாபாத்திரத்தில் உங்கள் காதலியையும் நினைத்துக் கொண்டு முதல் பக்கத்தை திருப்புங்கள் இந்த காதல் காவியம் சரித்திரம் படைக்கும்.

என் இருதயத் துடிப்பின்.,
சத்தம் என்னவென்று...,
கேட்டேன்!!
அந்த இசையானது!!
அந்த ஒலியானது!!
அந்த உணர்வானது!!
ஆசையாக கூறியது!!
அது.,
அவள் என்று...!!

ஒருவன் கிராமத்தில் இருந்து நகரத்திற்கு தனது குடும்பத்துடன் வீடு குடியேறி வந்தான். அப்போது அவன் எதிரில் உள்ள வீட்டில் ஒரு பெண் இருப்பதை பார்த்தும் பார்க்காதபடி வண்டியில் மேல் இருந்து வீட்டு சாமான்களை எடுத்துக் கொண்டு கீழே இறங்கும்போது கால் தவறி விழுந்தான்., அம்மா....... என கத்தினான். யாரும் வரவில்லை..., மிகக் கவலை உடன்,

"நமக்கு எல்லாம் யாரு வரப்போறா" என்று தூசி தட்டி விட்டு முகம் சுளித்துக்கொண்டு உட்கார்ந்தான். அப்போது ஒரு பெண் எழுந்திரு என்று தனது கையை நீட்டினாள். அப்போது தேவதையே! இறங்கி வந்து எனக்கு உதவி பண்ணுது என்று நினைத்தான்.

அவன் கையைக் கொடுத்தான். அவள் முகத்தைப்பார்த்து எழுந்தான்.

திடீரென ஒரு காதல் காற்று அவன் மேல் வீசியது, ஒரு புதுமையான உணர்வு ஒன்று அவன் நெஞ்சில் ஏற்பட்டது. அப்போது அவன் நெஞ்சில் ஏற்பட்ட வினா? "ஏன்?... என் இருதய துடிப்பு அதிகரிக்கிறது".

love tap...love tap...என சத்தம் வெளியே கேட்டது. அவன் யோசித்தான் "எதனால், அந்த உணர்வு எனக்குள் ஏற்பட்டது".

எதனால், அந்த ஒலி எனக்குள் கேட்குது. என்று குழம்பிப்போய் நின்றான்.

"ஒரு வேளை அவளைப் பாத்ததுனால இருக்குமோ" என்று பூரித்துப் போய் நின்றான்.

இது காதலா என வினவினான்? அவன் இதயத்திடம்...

குயில் கூவும் நேரத்தில்!
தேவதையே வந்தது!!
காற்றின் மொழி!
அறியாமலே!!
அந்தக் குயிலுக்கே.!
காதல் வந்தது.!!
இசை மீது.!!!

அவன் வீட்டிற்குள் சாமான்களை இறக்கிவிட்டு வெளியே வந்து நின்றான். அவனுக்கு எதிர்ப்புறம் வேப்பமரம் ஒன்று இருந்தது. அதில் நீலக்குயில் ஒன்று இருந்தது. அந்தக் குயில் கூவும் சத்தம் அவனுக்கு இசையாக கேட்டது. அந்தக் குயில் எங்கே எனத் தேடினான். குக்கூ...குக்கூ...என குயில் கூவியது. அந்த குயிலின் இசை அவனை இழுத்தது. அப்போது, அந்தக் குயிலை பார்த்து விட்டான் அவனுக்கு ஒரு மகிழ்ச்சி ஏற்பட்டது.

எண்ணில் அடங்காத சந்தோசம் அவனுள். குயில் கூவும் அந்த நேரத்தில் எதிர் வீட்டு மாடியில் உள்ள கதவு ஒன்று மெதுவாக திறந்தது.

அந்த எதிர் வீட்டுப் பெண் தாவணி அணிந்து தலை முடியை கோதிக் கொண்டு கீழே இறங்கினாள்... அவளைப் பார்த்ததும் அவனுக்கு தோன்றியது "குயில் கூவும் பாட்டுக்கு

அந்த தேவதையே...!

இறங்கி வர மாதிரி இருக்குல்ல" என்று நினைத்தான். அப்போது, அவள் அவனைப் பார்த்து சிரித்தாள். அவன் "நம்மள பார்த்து ஒரு பொண்ணு சிரிக்குதா" என நினைத்தான்.

தன்னை அறியாமலே அவனுக்கு அவளைப் பிடித்து விட்டது முதல் சந்திப்பில்... இப்போது,

அவனுக்குள் ஒரு கேள்வி வந்தது..., இது காதலாகுமா? இல்லை... இதுதான் காதலா? இல்லை...இது காதல் தானா?

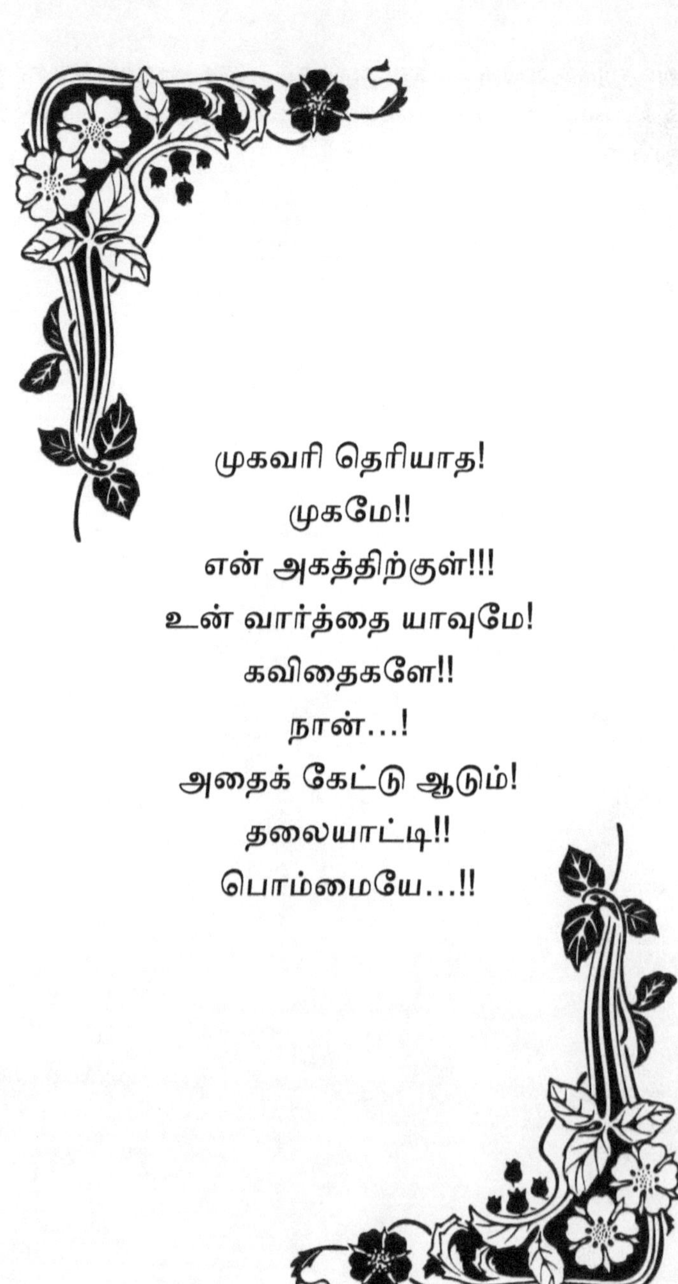

முகவரி தெரியாத!
முகமே!!
என் அகத்திற்குள்!!!
உன் வார்த்தை யாவுமே!
கவிதைகளே!!
நான்...!
அதைக் கேட்டு ஆடும்!
தலையாட்டி!!
பொம்மையே...!!

அவள் சாப்பிட்டுக் கொண்டிருந்தாள். அவள் அம்மா சமையலறையில் தோசை ஊத்திக் கொண்டிருந்தாள். அப்போது அவள் அம்மா அவள் தந்தையிடம் "நம்ம பொண்ணுக்கு கல்யாண வயசு வந்துருச்சு நல்ல பையனா பாக்கணும்" என்றாள்.

அவள் தந்தை தோசையை வாயில் வைத்து சாப்பிட்டுக் கொண்டு "சரி சரி" என்றார். "இந்த டவுன் பசங்க எல்லாம் வேணாம் இப்பவே கெட்ட பழக்கத்துக்கு அடிமையா இருக்காங்க அதனால எந்த கெட்ட பழக்கமும் இல்லாம, நல்ல பையனா, கிராமத்து பையனா இருந்தா கூட பரவாயில்லை என்று சொன்னாள் அவள் அம்மா. அதற்கும் "சரி சரி" என்று சொன்னார் அப்பா. அவள் சாப்பிட்டு விட்டு மாடிக்கு சென்றாள். அவன் வீட்டின் வெளியே ஒரு குட்டி நாய்க்குப் பால் ஊத்திக்கிட்டு இருந்தான். அப்போது மாடி படிக்கட்டில் போகும்போது அதைப் பார்த்து, அவளுக்கு அவன் மீது நல்ல அபிப்பிராயம் ஏற்பட்டது. அவள் சிரித்துக் கொண்டே மேலே ஓடினாள். மறுநாள் காலையில், அவன் சிறு கிண்ணத்தில் தண்ணீர் கொண்டு வந்து வேப்பமர அடியில் வைத்தான். அந்த எதிர் வீட்டுப் பெண் மேல் மாடியில் இருந்து கீழே வந்தாள். அவள் வருவதை இவன் பார்த்தான் திடீரென இவன் இதயத்தில் இதயத்துடிப்பு அதிகரித்தது. இது என்ன உணர்வு என்று புரியாமல் இருக்கும்போது.

அவள் "என்ன பண்றீங்க இங்க"? என்று கேட்டாள். அவன் பதற்றத்தை வெளியில் காட்டாமல் அவளிடம் பதில் கூறினான்.

"அந்தக் குயில் நம்ம காதுக்கு இனிமையாக பாட்டுப் பாடுது. "அதனால, நான் அதோட தாகத்தைத் தீர்க்க தண்ணீர் வைக்கிறேன்" என்று சொன்னான். அவளுக்கு நேற்று அவங்க அம்மா அப்பாவிடம் சொன்ன வார்த்தை நினைவுக்கு வந்தது மௌனமாக சிரித்தாள்.

"நீங்க எங்கிருந்து வர்ரீங்க" என்று கேட்டாள். "நான் வீட்டிலிருந்து வரேன்" என்றான். அதற்கு அவள் கடுப்பாய் "என்ன காலை காமெடியா" என்று கேட்டாள். அவன் சிரித்தான்... "பக்கத்து கிராமத்தில் இருந்து தான் வர்ரேங்க" என்றான். அவள் மறுபடியும் மௌனமாக சிரித்தாள். "ஏதாச்சும் கெட்ட பழக்கம் இருக்குதா" என்று கேட்டாள். "இல்லை என்றான்" அவன். "எதுக்குங்க இப்போ என்ன இன்டர்வியூ எடுக்குறீங்க" என்று கேட்டான். "சும்மாதான் பக்கத்துல இருக்கிறீங்களே பழகத்தான்" என்று சொன்னாள்.

சரி என்று சொல்லி சிரித்தான் அவன். அவள் அம்மா அழைத்ததால் "அப்புறம் பார்க்கலாம்" என்று சொல்லிவிட்டு போனாள். அவனும் கிளம்பினான் குழப்பத்துடன்...நமக்கு காதல் வேண்டாம் கொஞ்சம் தள்ளியே இருப்போம் என்று முனங்கிக் கொண்டு வீட்டுக்குள் போயிட்டான்.

காதல் எனும்,
பள்ளத்தில் விழுந்தேன்...!
அது,
உன் உள்ளத்தில்.!
எழ நினைத்தேன்.!
இயலவில்லை...!
காதல் பார்வையால்,
என்னை மூடினாய்...!!

அவன் காலையில் எழுந்தவுடன் வீட்டின் வெளியே உள்ள திண்ணையில் அமர்ந்து பல் விலக்கிக் கொண்டிருந்தான். அப்போது அந்த எதிர் வீட்டுப் பெண் அவனைப் பார்த்து சிரித்தாள். அவன் பார்த்தான் சிரிக்கவில்லை. அவள் முறைத்தாள். அவன் முழித்தான். மறுபடியும் சிரித்தாள். அவனும் சிரித்தான். திடீரென அவள் அவனைப் பார்த்து கண்ணடித்தாள். அவன் திண்ணையில் இருந்து தடுமாறி கீழே விழுந்தான் அவளின் காதல் வலையிலும் விழுந்தான். அவள் வாய்விட்டு சிரித்தாள். அவன் மறுபடியும் திண்ணையின் மேல் ஏறி உட்கார்ந்தான். அப்போது "கீழே விழுந்து எழுந்துட்டோம் ஆனா அவளின் காதல் மாய வலையில் இருந்து எழவில்லை" என்று நினைத்தான். அவளின் அம்மா

அழைத்ததால் அவள் வீட்டிற்குள் சென்றாள்.

அவனிடம் bye சொல்லிவிட்டு சென்றாள். அவன் சற்று சிறு புன்னகையுடன் நின்றான்.

அப்போது அவன் மனக்குரல் "உன் சிரிப்பால் என்னை இழுத்தாய் காதலால் என்னை கட்டிப்போட்டாய். உன் கண்களை மூடும் போர்வை போல் இருக்கும் இமைகளை வைத்து என்னை மூடினாய்" என்றது. அவள் உள்ளத்தால் என்னை

புதைத்து விட்டாள் எழ முடியவில்லை. ஏனென்றால் அது காதல் மன புதைக்குழி.

அப்போது சிந்தித்தான்.

இது காதல் பார்வை என்று வீட்டிற்குள்ளென்றான்.

கண்கள் பேசிடும்.,
வார்த்தை யாவையும்.!
உன்னிடம் கூறவே.,
மனம் விரும்புதே.!
உன் அழகை காணவே!!
பல ஜென்மம் வேண்டுமே!!
என் வாழ்வில் நீ வர…!!
நான் வரம் கேட்டேனே.!!

 பா. பிரவீன்

அவன் காலையில் குளித்து முடித்துவிட்டு வீட்டின் வெளியே வந்து தலையை துவட்டிக் கொண்டிருந்தான். அப்போது எதிர்வீட்டுப் பெண் அவனுக்கு "ஹாய்" சொன்னாள். அவனும் "ஹாய்" சொன்னான். அடுத்து அவனைப் பார்த்து கண்ணடித்தாள். அதைப் பார்த்து அவன் சிறு புன்னையுடன் வீட்டுக்குள் சென்றான். அவள் முகத்தை சுளித்துக்கொண்டு வீட்டுக்குள் சென்றாள். சிறிது நேரம் கழித்து அவள் வெளியே வந்தாள். அவன் நிற்கும் இடத்தை பார்த்தாள். அவன் அங்கு இல்லை..." என்ன போனவன் இன்னும் காணோம்...என்ன பண்ணிக்கிட்டு இருக்கான்"... என்று அவள் வீட்டின் படிக்கட்டில் நின்று புலம்பிக் கொண்டிருந்தாள். அப்போது அவன் நீல கலர் ஆடையை அணிந்து வெளியே வந்தான். அவளும் அதே நீல கலர் ஆடை அணிந்து இருந்தாள்... அவனைப் பார்த்ததும் அவளுக்கு எண்ணில் அடங்காத மகிழ்ச்சியால் அவனைப் பார்த்து "ocdc சேம் சேம்" என்று சொன்னாள். அவனுக்கு புரியவில்லை என்னது அது கேட்டான்?

அதற்கு "ocdc னா ஒரே கலர்ல டிரஸ் போட்டா சாக்லேட் வாங்கி தரனும்னு" சொன்னாள். அவன் சரி என்று சிரித்தான். அவளின் அம்மா அவளை கடைக்கு செல்ல அழைத்ததால் அவள் வீட்டுக்குள் சிறிதபடி சென்றாள். அவனுக்கு அப்போது

தோன்றியது உனது கண்கள் பேசுற வந்த வார்த்தை உன் மனசுல என்னை இருக்குன்னு சொல்லுது... ஆனா உனக்கு என்கிட்ட சொல்ல தெரியும் இல்ல... எப்படி சொல்றதுன்னு உனக்கு தெரியல...ஆனால், உன்னுடைய அழகை பார்க்க எத்தனை ஆண்டுகள் வேணாலும் கழிக்கலாம்" என்று நினைத்துக் கொண்டிருந்தான். அப்போது அந்த பெண்ணின் குரல் ஒலித்தது "என் வாழ்க்கையில் உன்னை மாதிரி ஒரு பையன் தான் வர வேண்டும்" என்று வேண்டிக் கொண்டிருந்தேன். என்று சொன்னாள். அவளின் குரல் எங்கே கேட்கிறது என்று தேடினான். அப்போது அவள் வீட்டின் படிக்கட்டில் கீழே மறைந்து கொண்டிருந்தாள். அவன் தேடிப் பார்த்தான். அவள் இல்லை என்று வீட்டுக்குள் சென்று கதவை பூட்டினான். அந்த கதவை பூட்டும் சத்தம் அவளின் காதுகளில் கேட்க மெல்ல மெல்ல எந்திரித்தாள். அவன் அவளை பார்த்து விட்டான். அவளும் அவனை பார்த்து விட்டாள். அவன் வீட்டின் வெளியே வந்து விசில் அடித்தான். அவள் எழுந்து விட்டாள். அப்போது அவன் அவளை பார்த்து சிரித்துக் கொண்டு கண்ணடித்தான். அவளும் கண்ணடித்தாள். இருவருக்கும் மலர்ந்தது ஓர் உறவு... அப்போது அவன் நம் மனதில் காதல் கடுகளவில் வளர்ந்தது அவள் மீது என்றான்.

நான்கு கண்கள்...,
காணவே.!
முப்பிரிவு இல்லாமலே...,
இரட்டை உயிர் வாழவே...,
ஒற்றைக் கனவில்.!
பயணிக்கவே...!!

அவன் வீட்டுக்கு வெளியே உள்ள திண்ணையில் ஆழ்ந்த சிந்தனையுடன் அமர்ந்திருந்தான். அப்போது அந்த எதிர் வீட்டுப் பெண் மாடி படிக்கட்டில் இருந்து அவனைப் பார்த்துக் கொண்டிருந்தாள். திடீரென படிக்கட்டில் இருந்து கீழே இறங்கி அவனை நோக்கி வந்தாள். ஆழ்ந்த சிந்தனையில் இருந்த அவனுக்கு திடீரென இதய துடிப்பு அதிகரித்தது... "என்னது இது இவ்வளவு வேகமா துடிக்குது நமக்கு என்ன ஆச்சு" என்று திரும்பினான். அவள் வருவதை பார்த்தான். "இவங்க ஏன் நம்மள நோக்கி வராங்க" என்று நினைத்துக் கொண்டு சிறு தயக்கத்துடன் பதறிய படி உட்கார்ந்திருந்தான்.

அவனுக்கு எதிரே வந்து நின்றாள். அப்போது அவனுக்கு அந்த ஒலி கேட்க ஆரம்பித்தது... love tap... love tap... என இதயம் வேகமா துடித்துக் கொண்டிருந்தது.

அப்போது அவள் "உங்க கூட கொஞ்சம் பேசணும் என்று சொன்னாள். அவனுக்கு வேர்த்து விறுவிறுத்தது பதறி போய் எந்திரித்து நின்று "எதுக்குங்க என்ன விஷயம்" என்று கேட்டான். "இல்லங்க சும்மா பேசலாம்னு நினைச்சேன் உங்க கூட" என்று சொன்னாள். "சொல்லுங்க என்ன விஷயம்" என்று கேட்டான். "இப்புடி டக்குனு கேட்டா எப்படி சொல்றது இருங்க நான் என்ன கேக்க வந்தேன் மறந்துட்டேன்" என்று சொன்னாள்.

அவன் சிறு புன்னகையுடன்... "பரவால்ல கொஞ்சம் யோசிச்சு கேளுங்க" என்றான் நகைப்புடன். அவள் "இந்த இடம் சரியில்லங்க... நீங்க என்ன பண்றீங்க பக்கத்துல இருக்கிற பூங்காவிற்கு வந்துருங்க" என்று சொன்னாள். அப்போது அவளோட அம்மா அவளை அழைத்ததால் அவள் வீட்டுக்குச் சென்றாள். "ஏங்க எப்ப வரணும்னு சொல்லவே இல்ல சொல்லிட்டுப் போங்க" என்றான். அவள் "ஈவினிங் 6 மணிக்கு வந்துருங்க மறந்துடாதீங்க" என்று சொல்லிவிட்டு போனாள். "சரி வரேங்க" என்று சொன்னான். அவன் "என்னவா இருக்கும்" என்று யோசித்தான்.

அவனுக்கு ஒன்று நினைவு வந்தது அது என்னவென்றால்..., "நானும் அவளும் பேசும்போது அவளோட கண்களும் என்னோட கண்களும் தனியாக பேசிக் கொண்டிருக்கிறது.

எந்த ஒரு தப்பான பார்வையும் இல்லாம நாங்க ரெண்டு பேரும் மட்டும் தான் இங்கே இருக்கிற மாதிரி இருந்தது ஒரு புதிய பூமியின் காதல் தேசத்தில்... கனவு உச்சத்தில்... இருக்கிற மாதிரி...அதாவது பயணிக்கிற மாதிரி இருந்தது என்று நினைத்துக் கொண்டு புன்னகையுடன் பூங்காவிற்கு செல்ல தயாரானான் அவன்.

❤

ஒரு பாதையில்.,
இரு கைகள் கோர்த்து.!
கனவு பாதையை...!!
கடப்போம் வா...!!!

அவன் வீட்டிலிருந்து பூங்காவிற்கு கிளம்பினான் பெரு மகிழ்ச்சியுடன். அப்போது அவனோட அம்மா "எங்கடா போற"……என்று கேட்டாள். அவன் "இங்க தான் அம்மா பக்கத்துல வெளியே போயிட்டு வந்துறேன்" என்றான். "சரிப்பா பார்த்து போயிட்டு வா"…என்றாள் அவன் அம்மா. அவன் பூங்காவுக்கு சென்றான் அவளும் பூங்காவுக்கு அப்போது தான் வந்தாள். இருவரும் ஒரே நேரத்தில் தனித்தனியாக வந்து சந்தித்தார்கள். இருவரும் சிரித்துக் கொண்டார்கள். அவள் "வாங்க உள்ளே போலாம்" என்று கூட்டிப் போனாள். சரி என்று சொன்னான்.

பூங்கா உள்ளே சென்றார்கள். அங்கே அழகழகான பூச்செடிகளும் மரங்களும் பறவைகளும் வண்ணத்துப்பூச்சிகளுமாய் இருந்தது. அவனுக்கு அதைப் பார்த்ததும் எண்ணில் அடங்காத மகிழ்ச்சி ஒன்று ஏற்பட்டது.

அப்போது எதிரில் வந்த ஒரு குட்டிக் குழந்தையை பார்த்தார்கள். 'அழகா இருக்குல்ல அந்த குழந்தை" என்று அவனிடம் கூறினாள். அவன் "ஆமா" என்று சிரித்தான். அவனிடம் "இந்த இடம் அமைதியா நம்மள சுத்தி மரங்களாய் செடியாய் பூக்களாய் நல்ல வாசனையாய் அழகா இருக்குதுல்ல" என்றாள். அப்போது "நாம நினைக்கிறது தான் அவளும் நினைக்கிறாள் எங்களுக்குள்ள எவ்வளவு ஒற்றுமை இருக்கிறது" என்று நினைத்து

சிரித்து கொண்டிருந்தான். "நான் உன்கிட்ட என்ன கேட்டேன்...! நீ என்ன யோசிச்சிட்டு இருக்க" என்று கேட்டாள். "ஒன்னும் இல்லையே நல்லா இருக்கு இந்த இடம் நல்ல அமைதியை தருது" என்று கூறினான். இருவரும் நடந்தார்கள். "என்ன எல்லாம் நானே பேசிக்கிட்டு வரேன்... நீங்க எதுவும் பேச மாட்டீங்களா இன்னைக்கு என்ன விரதமா"... என்று கேட்டாள்.

"அப்படி எல்லாம் எதுவும் இல்லை ஒரு பொண்ணு கூட இப்படி நான் நடந்து வரது, அதுவும் பூங்காவுல என் பக்கத்துல நடக்குறது இதான் முதல் தடவை" என்று சொன்னான். இதைக் கேட்டவுடன் பயங்கரமாக சிரித்தாள். "என்னங்க சிரிக்கிறீங்க நான் நல்ல பையன் என்று சொன்னான். அவள் "தெரியுது பார்த்தாலே" என்று சொன்னாள். அவன் வாங்க உட்காரலாம் கால் வலிக்குது என்று சொன்னான் ஆமாம் எனக்கும் கால் வலிக்குது என்றாள். அங்கு இருந்த நாற்காலியில் இருவரும் அமர்ந்தார்கள். அவள் ஒரு பக்கமும் அவன் ஒரு பக்கமும் அமர்ந்திருந்தார்கள். அவன் பூங்காவில் உள்ள அனைத்தையும் பார்த்து ரசிச்சு கொண்டிருந்தான். அப்போது "அவள் நல்லா இருந்துச்சுல்ல" என்றாள். அவன் "என்னதுங்க" என்று கேட்டான். "இப்ப நம்ம ரெண்டு பேரும் இப்படி ஒன்னா நடந்து வந்தது" என்று சொன்னாள். "ஆமாம் நல்லா தான் இருந்துச்சு" என்றான். "சரிங்க ஏதோ சொல்லணும்னு சொன்னிங்களே என்னது" என்று கேட்டான். அவள் சற்று யோசிக்காமல் அவனிடம் "இதே மாதிரி இருக்கலாமா" என்று கேட்டாள். அவன் "இல்ல எனக்கு புரியல என்ன சொன்னீங்க"

என்று கேட்டான். "இப்போ இந்த ஒரே பாதையில நம்ம ரெண்டு பேரும் ஒன்னா நடந்து வந்தோமில்ல... அதே மாதிரி நம்ம வாழ்க்கையிலும் இதே மாதிரி ஒன்னா நடந்து ரசிச்சுக்கிட்டு போவோமா"...என்று சொன்னாள். அவனுக்கு என்ன சொல்வது என்று தெரியாமல் சிரித்து கொண்டிருந்தான்.

அவள் ஒரு பக்கம் அமைதியாக அமைந்திருந்தால். அவனும் மறுபக்கம் அமைதியாக அமைந்திருந்தான். அப்போது மெல்ல மெல்ல கையைப் பிடிக்க இருவரும் வந்தார்கள் ஆசையோடு. அப்போது பூங்காவில் இருந்த வாட்ச்மேன் "டைம் ஆயிர்ச்சு சீக்கிரம் வீட்டுக்கு கிளம்புங்க"...என்று விசில் அடித்து கிளம்பச் சொன்னார். இருவரும் சிரித்துக் கொண்டு கிளம்பினார்கள். அவனுக்கு எண்ணிலடங்காத மகிழ்ச்சி மனதிற்குள் அவளுக்கும் அதே மகிழ்ச்சி தான். காதலின் ஒற்றுமை வெளிப்படுகிறது.

உன் கனவினை.,
தொட வந்தேன்.!
ஒரு முத்தம் கேட்டாய்.,
குடுக்க தயங்கினேன்.!
குடுத்தப்பின் மயங்கினேன்.!!
உன் உள்ளத்தில்.,
நுழைந்தேன்,!
காணாத தேசத்தை…,
காண்பித்தாய்…!

 பா. பிரவீன்

அவன் காலையில் ஆறு மணி அளவில் எழுந்தான். எழுந்தவுடன் வெளியே வந்தான் அவள் வீட்டின் வெளியே உள்ள மாடி படிக்கட்டில் அமர்ந்திருந்தாள். இவன் வருவதைப் பார்த்தால் பார்த்தவுடன் "குட் மார்னிங்"... சொன்னாள். அவனும் "குட் மார்னிங்"... சொன்னான். இருவரும் சிறிது நேரம் பார்த்துக் கொண்டார்கள். இருவரும் சிரித்துக்கொண்டார்கள். அவள் சைகையில் ஒன்பது மணிக்கு பக்கத்துல இருக்குற கடைக்கு வா என்று சொன்னாள். அவனும் சரி என்றான். அவளின் அம்மா "உனக்கு தொலைபேசியில் இருந்து அழைப்பு வந்திருக்கு" என்று அழைத்ததால் அவள் வீட்டுக்குள் சென்றாள். அவன் சிரித்துக் கொண்டே வீட்டுக்குள் சென்றான். சிறிது நேரம் கழித்து அவன் கடிகாரத்தைப் பார்த்தான் மணி 7 தான் ஆயிற்று...

இப்போது அம்மாவிடம் அவன் "அம்மா கடிகாரம் ஓடலையா என்று கேட்டான் நல்லா தான்டா ஓடுது உனக்கு கண்ணு தெரியலையா" என்று கேட்டாள். "இல்லம்மா ரொம்ப ஸ்லோவா போகுது டைம் அதான் கேட்டேன்" என்றான். "எல்லாம் சரியா தான் ஓடுது உனக்கு தான் கை, கால் சரியா ஓடலனு நினைக்கிறேன். "போடா போய் வேலையை பாருடா" என்றாள் அவன் அம்மா. கடிகாரத்தை பார்த்தபடி உட்கார்ந்தான். அவன் உட்கார்ந்தபடியே உறங்கி விட்டான். திடீரென முழிப்பு தட்டியுடன்

கடிகாரத்தை பார்த்தான் "மணி எட்டு ஆகிவிட்டது". உடனே அவசர அவசரமாய் கிளம்பி 9 மணிக்கு கடைக்கு வேகமாக சென்றான். அவள் அங்கே காத்துக் கொண்டிருந்தாள். "ஏன் லேட்டா வரீங்க நான் எவ்ளோ நேரம் இங்க வெயிட் பண்ணிட்டு இருந்தேன் தெரியுமா உங்களுக்கு" என்று சொன்னாள்.

"இல்ல நான் கொஞ்சம் தூங்கிட்டேன்" என்று சொன்னான். சரி சரி என்று சொன்னாள். அவள் "நேத்து நல்லா இருந்துச்சுல்ல" என்று கேட்டாள். அவன் சிரித்தபடி "ஆமாம்"...என்றான். அவள் நேத்து நைட்டு எனக்கு ஒரு கனவு வந்தது என்ன தெரியுமா என்றாள். அவன் "தெரியாது நீ சொன்னா தான் எனக்கு தெரியும் சொல்லு" என்று சொன்னான். "நேத்து நைட்டு நீ என் கனவுல வந்த நாம நேத்து அந்த பூங்காவில் இருந்தோம்ல அங்க நான் உட்கார்ந்து இருக்கிறேன்". "நீ அழகா டிரஸ் பண்ணிட்டு வர...ஒரு என்கேஜ்மென்ட் டிரஸ் மாதிரி போட்டுட்டு வர...வந்து என் பக்கத்துல உக்கார அப்ப நீ பார்க்க ரொம்ப அழகா இருந்த தெரியுமா". அப்போ நான் "உன்கிட்ட ஒரு முத்தம் கேட்டேன் அதுக்கு நீ என்னம்மா நடுங்குற தெரியுமா" என்று சொல்லி சிரித்தாள். அவன் "சரி அப்புறம் என்ன நடந்துச்சு" என்று கேட்டான்.

"அப்புறம் என்ன ஒரு வழியா எனக்கு முத்தம் கொடுத்துட்ட" என்று வெட்கத்துடன் சிரித்தாள். அவன் யாரு நான் முத்தம் கொடுத்தேனா உனக்கு" என்று கேட்டான். "ஆமாம் நீ தான் கொடுத்த என் கன்னத்துல" என்று சொன்னாள். "முத்தம் கொடுத்த சரி முத்தம் கொடுத்துட்டு மயங்கிட்ட அப்படி

பார்த்தா நான்தான் மயங்கனும் நீ ஏன்டா மயங்கின" என்று கேலி செய்து சிரித்தாள். அவன் "இப்படி எல்லாமா...கனவுல வரும்" என்று மனசுக்குள் நினைத்துக் கொண்டு நின்றான். நான் உன்னை எழுப்புறேன் "டேய் எழுந்திருடா டேய் எழுந்திருடா" அப்படின்னு எழுப்புறேன் உன்னை. "அப்புறம் என்ன நான் எழுந்திருச்சேனா" என்று கேட்டான். இல்லை என்றாள்... "ஏன் நான் எந்திரிக்கல" என்று கேட்டான். "ஏன்னா எந்திரிச்சது நீ இல்ல நான்தான் தூக்கத்திலிருந்து எந்திச்சேன்' என்று சிரித்துக் கொண்டு சொன்னாள். அவன் சத்தமாக சிரித்தான்... "சிரிக்காத"...என்று சொன்னாள்.

"உனக்கெல்லாம் கனவு வரலையா" என்று கேட்டாள். "இல்லை" என்று சொன்னான். மிகவும் கவலையுடன் முகம் வாடியபடி "சரி நான் கிளம்புறேன் ரொம்ப நேரம் ஆச்சு இங்க வந்து எங்க அம்மா தேடுவாங்க" என்று சொன்னாள். அவன் சரி என்று சொன்னான். அவள் கிளம்பியதும். "இதே கனவுதான் நமக்கும் வந்துச்சு அவளுக்கும் வந்திருக்கு" என்று யோசித்தான். அப்போது அவன் சொன்னான் "நான் அவளின் உள்ளத்தின் நுழைந்தேன். அவள் என் கூட இருக்கும் போது நான் பார்க்காத பூமியை காதல் தேசத்தை அவள் எனக்கு காண்பிக்கிறாள். காதலோடு அனைத்தும் காதலாக நகர்கிறது. ஒவ்வொரு நொடியும் ஒவ்வொரு காட்சியும் ஒவ்வொரு நாளும் காதலாக அவளோடு கடக்கிறது.

உன்னை போலவே.,
யாருமில்லை...!
உன் குழந்தை சிரிப்பை...,
நான் கேட்கவில்லை.!
உன்னை விட்டு.!
நான் தூரம்...!!
செல்கிறேன்...!!!

அவன் சாயங்காலம் தூக்கத்திலிருந்து பதறி அடித்து எழுகிறான். அப்போது வேப்ப மரத்தில் இருந்த நீலக்குயில் கூவிக்கொண்டே பறந்தது. அப்போது அவள் படிக்கட்டில் நின்று கொண்டிருந்தாள். அவன் "சைகையில் உன் கூட பேசணும் கொஞ்சம் கடைக்கு வா"...என்றான். "ஏன் என்னாச்சு"... என்று கேட்டாள். "இல்ல கொஞ்சம் முக்கியமான விஷயம் பேசணும்" என்றான். அவள் சரி என்று சொல்லிவிட்டு படிக்கட்டில் இறங்கினாள். மறுபடியும் ஏறி வந்து அவனிடம் "மூஞ்சி கழுவிட்டு வா"... என்று சொன்னாள். அவனும் சரி என்றான். அவன் கடைக்கு செல்ல தயாராகினான். அவன் அம்மா எங்கடா போற என்று கேட்டாள். அவன் "பக்கத்துல தான் போறேன்" என்று சொல்லிவிட்டு கடைக்குச் சென்றான். கடைக்கு சென்று காத்திருந்தான். சிறிது நேரம் கழித்து அவளும் கடைக்கு வந்தாள். அவள் "என்னாச்சு என்ன விஷயம்" என்று கேட்டாள். அதற்கு "எனக்கு கனவு வந்துச்சு" என்று சொன்னான். அவள் மகிழ்ச்சியில் சிரித்தாள். ஆனால் அவன் முகத்தை சுளித்தபடி நின்று கொண்டிருந்தான்.

"என்ன ஆச்சு நல்ல விஷயம் தானே" என்றாள். "அப்புறம் என்ன ஏன் இப்படி நிக்கிற" என்று கேட்டாள். அவன் சிறு தயக்கத்துடன் வார்த்தையை முழுங்கியபடி "அது வந்து...அது வந்து... நான் என்ன

சொல்றேன்னா". "என்னடா ஆச்சு" என்று கேட்டாள். "சரி என்ன கனவு வந்துச்சுன்னு சொல்லு" என்று கேட்டாள். "நீ உங்க வீட்டு படிக்கட்டுல நிக்கிற நான் எங்க வீட்டுக்கு வெளியே நிற்கிறேன். "நாம பேசிக் கொண்டிருக்கிறோம் தினமும் இப்படியே பேசிக்கிட்டு இருக்கும்போது உங்க அப்பா நம்மள பார்த்துட்டாரு" என்று சொன்னான். அவள் "என்னடா சொல்ற அப்புறம் என்ன ஆச்சு" என்று கேட்டாள். "அப்புறம் என்ன உங்க வீட்ல உன்ன அடிக்கிறாங்க...நீ அழுவுற அப்புறம் என்னையும் எங்க வீட்டுல அடிக்கிறாங்க...அப்படியே இரண்டு வீட்டுக்கும் பெரிய சண்டை வருது", என்று அவன் சொல்லும்போது அவள் "நிறுத்து நிறுத்து போதும் இதுக்கு மேல எதுவும் வேண்டாம் உனக்கு வந்த முதல் கனவே இப்படி இருக்கு ஏண்டா உனக்கு நல்ல கனவே வராதா"... என்று கோபத்துடன் அவனை திட்டினாள். "நான் என்ன பண்றது அதுவா வருது" என்றான். அவன் "கேட்ட உனக்கே இப்பிடி இருக்குதுன்னா கனவுல இருந்த எனக்கு எப்படி இருக்கும்" என்று சொன்னான். அவள் பதற்றத்துடன் நின்றாள். "எனக்கு மூஞ்சி எல்லாம் வேர்த்துருச்சு" நான் டக்குனு எந்திரிச்சிட்டேன். "எங்க அம்மா வேற என்ன கெட்ட கனவு ஏதும் கண்டியான்னு" கேட்டாங்க. "நான் அதெல்லாம் எதுவும் இல்லம்மான்னு" சமாளிச்சுடேன். அப்புறம் தான் நான் "உன்கிட்ட பேசணும்ம்னு" சொன்னேன்... "சீ போடா...இதை சொல்லவா கூப்பிட்ட இதுக்கு என்ன கூப்பிட்டாமலே இருக்கலாம்" அவள் கோபமாக சொன்னாள். அவன் மெல்ல மெல்ல சிரித்தான். ஏன் இப்போ சிரிக்கிற என்று கேட்டாள். அவன் "நான் சும்மா" சொன்னேன். "என்ன சும்மா

சொன்னியா". "ஆமா சும்மாதான் சொன்னேன் நீ என்ன ரியாக்சன் பண்றன்னு பார்த்தேன்" என்று சொல்லி சிரித்தான். அவள் கோபத்துடன் "உன்ன கொல்ல போறேன் இப்ப" என்றாள். "நான் தான் சும்மா சொல்றேன்னு சொன்னேன்ல ஏன் கோவமா இருக்க" என்று கேட்டான். எனக்கு இன்னும் கோபம் குறையல என்று கோபத்துடன் சொன்னாள். "உன் கோபம் குறைக்க நான் ஒன்னு சொல்லட்டா" என்று கேட்டான்.

"என்னது என்று" அவள் கேட்டாள். அதற்கு அவன் "உண்மையான கனவு" என்று சொன்னான். அவள் முகத்தில் கோபம் கொஞ்சம் கொஞ்சமாக குறைய தொடங்கியது. "நான் தூங்கப் போனேன் எங்க அம்மா நேத்தில துனூர் பூசி விட்டாங்க". அவள் சிரித்தாள். "இப்ப ஏன் சிரிக்கிற" என்று கேட்டான். அவள் "ஒன்னும் இல்ல நீ சொல்லு" என்று சொன்னாள். நான் தூங்கிட்டேன். அப்போ "நீயும் நானும் மட்டும் தெரு விளக்கு கீழ நிற்கிறோம் சுற்றி யாரும் இல்லை எல்லாம் இருட்டா இருக்கு". அப்போ "நான் உன்கிட்ட ஒன்னு சொல்றேன்". அப்படின்னு அவன் சொல்லிக்கிட்டு இருக்கும்போதே அவள் திடீரென அவனை நிப்பாட்டி "இது உண்மைதானா" என்று சந்தேகத்துடன் கேட்டாள். அவன் "ஆமா" என்று சொன்னான். அவள் "சரி சரி சொல்லு சொல்லு" என்றாள். அவன் "சுற்றி யாரும் இல்ல நீ நான் மட்டும் நிற்கிறோம்" அப்ப நான் உன்கிட்ட ஒன்னு சொல்றேன். "உன்ன போல இதுவரைக்கும் யாரும் இல்ல யாரும் இருக்க மாட்டாங்க நானும் பார்த்ததில்லை". "நீ சிரிக்கிற அந்த சிரிப்பு ஒரு குழந்தை சிரிக்கிற மாதிரி இருக்குது அது வேற

யாருகிட்டயும் இல்ல"... ஆனா, "அது வந்து... அடுத்து என்னன்னா...அது வந்து என்னன்னா"... வார்த்தையை முழுங்கியபடி அவன் தயங்கி நின்றான். "அப்புறம் சொல்லு" என்று கேட்டாள். அதாவது "நான் உன்னை விட்டு ரொம்ப தூரமா" போறேன். "எங்கன்னு தெரியல" என்று சொன்னான். அவள் முகத்தில் இருந்த சிரிப்பு கலைந்து சோகத்துடன் தெரிந்தது. அவன் சோகத்துடன் அந்த இடத்தை விட்டு கிளம்பினாள். அவனும் சோகத்துடன் நின்றான்.

காணும் போதெல்லாம்.,
காதலிப்பேன்.!
நான் கடைசி வரையிலும்.,
காத்திருப்பேன்...!
ஒரு வார்த்தை.,
மட்டுமே சொல்.,
நீயே.!
என்னை காதலிச்சிருன்னு.,
சொன்னேன்.,
நானே...!!

அவன் மறுநாள் காலையில் அவளுக்காக வீட்டின் வெளியே காத்திருந்தான்.

அவள் வருவாள் என...

அப்போது அவள் படிக்கட்டில் வந்து கொண்டிருந்தாள். அவன் "ஹாய்"...சொன்னான். அவள் பார்த்தாள் ஆனால் சொல்லவில்லை. அவன் "சாரி"... சொன்னான். அவள் கண்டுக்கவில்லை... "உன்கிட்ட பேசணும் கொஞ்சம் கடைக்கு வா" என்று சைகையில் சொன்னான். அவள் பார்த்தும் பாக்காத படி சென்றாள். அவன் சோகத்துடன் நின்றான். அப்போது அந்த வேப்பமர குயில் கூவியது. அவள் சற்று நின்று மரத்தின் மேலே பார்த்தாள். அவனும் மேலே பார்த்தான். அப்புறம் இருவரும் நேருக்கு நேர் பார்த்தார்கள். அதற்கடுத்து இருவரும் வீட்டிற்குள் சென்றார்கள். அவள் வருவாள் என நினைத்துக் கொண்டு கடைக்கு சென்றான்.

அவளுக்காக காத்திருந்தான். அவள் வரவில்லை... அப்போது அவன் நினைத்தான் "என்னாச்சு ஏன்? இன்னும் வரல ஒருவேளை நாம் நேத்து அப்படி பேசுனதால வரலையா" என்று நினைத்தான். "சரி நாம இனிமேல் நல்லதாகவே பேசுவோம்" என்று திரும்பினான். அவள் வந்து நின்றாள். அவனுக்கு பெரும் மகிழ்ச்சி அவள் வந்ததில். "என்னடா என்ன ஆச்சு என்னன்னு சொல்லு நான் போகணும்"

என்றாள். அவன் "நான் நேத்து அப்படி சொன்னதுக்கு சாரி"...என்றான்.

உன் "சாரி எல்லாம் எனக்கு வேண்டாம் என்ன விஷயம் என்று சொல்லு நான் சீக்கிரம் போகணும்" என்றாள்.

அவனுடைய மொபைல் நம்பரை ஒரு துண்டு சீட்டில் எழுதி அவளிடம் கொடுத்தான். அவள் அதைப் பார்த்து "எதுக்கு இதெல்லாம் எனக்கு வேண்டாம் எங்க வீட்டுல தெரிஞ்சதுன்னா அவ்வளவுதான்" என்று பயத்துடன் கூறினாள். அவன் "நம்மளால இப்படி பார்த்து பேச முடியலன்னா மொபைல்ல பேசலாம்னு கொடுத்தேன் வேணாம்னா விடு" என்று சலித்துக் கொண்டு மொபைல் நம்பரை பையில் வைக்கும் போது சட்டு என்று அவள் துண்டுச் சீட்டை அவனிடமிருந்து பிடுங்கினாள்.

"சரி நான் போறேன் வீட்ல தேடுவாங்க" என்று சொல்லிக் கிளம்பினாள். அவனை திரும்பி பார்த்தாள். அவனும் அவளைப் பார்த்தான். அப்போது நினைவுக்கு வந்த வார்த்தை "உன்னை நான் பார்க்கும் போதெல்லாம் ரொம்ப அன்பு அதிகமா ஆகுது உன் மேல உனக்காக நான் என்ன வேணாலும் செய்வேன்"... "நான் அதற்கு தயாராக இருக்கிறேன்... எவ்வளவு நேரமானாலும் காத்திருப்பேன்......நீ ஒரு வார்த்தை மட்டும் சொன்னா போதும், நான் உன்ன நல்ல அன்பா பாத்துப்பேன் நீ சொல்லுவியா உன் மனசுல உள்ளத" என்று மகிழ்ச்சியுடன் நினைத்துக் கொண்டு வீட்டுக்குச் சென்றான்.

என் உள்ளங்கையில்.,
உன்னைத் தாங்கி.!
நீ கிடைப்பதற்கு.,
தவமா ஏங்கி.!
பலன் கிடைத்தும்...,
பார்த்தேன்...!
மயங்கி நான்...,
விழுந்தேன்.!
எழுந்தேன்...!!

 பா. பிரவீன்

அவள் காலையில் எழுந்தவுடன் அவனுக்கு *குட் மார்னிங்* என்று மொபைலில் மெசேஜ் அனுப்பினாள். அதை பார்த்ததும் அவனுக்கு சந்தோசம் பொங்கி எழுந்தது உடனே அவன் வீட்டின் வெளியே வந்தான். அவள் படிக்கட்டில் நின்று கொண்டிருந்தாள். அவன் சிரித்தான்... அவளும் சிரித்தாள்...அவன் *குட் மார்னிங்* என்று திருப்பி மெசேஜ் அனுப்பினான். அடுத்து *சாப்டியா* என்று கேட்டான். அவள் *நான் சாப்பிட்டேன் நீ சாப்டியா* என்று கேட்டாள். அவன் *நான் இன்னும் பல் கூட விலக்கல* என்று டைப் செய்து அனுப்பினான். அவள் *போய் சீக்கிரம் பல் விலக்கிட்டு சாப்பிடு அப்புறம் மறந்துடாம கடைக்கு வா பேசணும்* என்று மெசேஜ் அனுப்பினாள். அவள் அனுப்பிய எல்லா மெசேஜுக்கும் ஒரே பதிலாக *சரி* என்று டைப் பண்ணி அனுப்பினான். அவள் அவனைப் பார்த்து முரைத்து விட்டு வீட்டுக்குள் சென்றாள். அப்போது, அவன் அம்மா அவனை சாப்பிட கூப்பிட்டாள். அதற்கு "அவன் அம்மா நான் இன்னும் பல்லே விலக்கலம்மா" என்று சொன்னான். "ஆமாடா உனக்கு இதே வேலையா போச்சு தினமும் பல்லு விளக்க ஒரு ஆள் சொல்லணும் குளிக்க ஒரு ஆள் சொல்லணும் சாப்பிட ஒரு ஆள் சொல்லணும் எப்ப தாண்டா நீயே எல்லாம் செய்யப் போற வீட்டுக்கு ஒருத்தி வருவா பாரு அவ வந்து உன்ன நல்லா திட்ட போரா...என்னையும் திட்ட போரா...

என்ன பிள்ளை வளர்த்து வச்சிருக்கீங்கன்னு என் மானத்தை வாங்க போற டா"...என்று கத்தினாள் அவன் அம்மா. அவன் பல் விலக்கிவிட்டு சாப்பிட உட்கார்ந்தான். அவன் சாப்பிடும் போது அவள் நினைவுகள் வரவே அவன் முகத்தில் சிரிப்பு மழை பொழிந்தது. அவன் அம்மா அவனைப் பார்த்து "சரி தான் சைத்தான் சைக்கிள்ள ஏறிருச்சு"...என்று நினைத்து... "என்னடா ஆச்சு தனியா சிரிக்கிற ஹூசாடா நீ சீக்கிரம் சாப்பிடு கடைக்கு போகணும்" என்று அவன் அம்மா கூறினாள். "அம்மா என் முகம் ரொம்ப பிரகாசமா இருக்குது இல்ல" என்றான். "இது ஒன்னு தான் குறைச்சல்" என்றாள் அவன் அம்மா. "இனிமேல் இப்படி தாம்மா இருக்க போகுது என் முகம்...சிரிச்சுக்கிட்டே பிரகாசமா இருக்கும்" என்று மகிழ்ச்சியாய் சொன்னான். அவங்க அம்மா "ரொம்ப சிரிக்காத அப்புறம் அழுவடா"...என்று கூறினாள். அவன் சாப்பிட்டு முடித்துவிட்டு கடைக்கு கிளம்பினான். அவள் கடையில் நின்று கொண்டிருப்பதை பார்த்தான். அப்போது அவனுக்கு காற்று வீசியது அவளோட கூந்தலின் ஒரு முடி அவனை நோக்கி பறந்து வந்தது அதை பிடித்து அவன் ரசிக்கத் தொடங்கினான். அப்போது அவளைப் பார்த்து சொன்னான். "உன்னை என் உள்ளங்கையில் வச்சு தாங்கு தாங்குனு தாங்கி நல்ல பாத்துப்பேன்". "இத்தனை வருஷமா நான் உனக்காக தவமா இருந்து வளர்ந்து வந்திருக்கேன்". என் வாழ்க்கையில ஒழுங்கா என்கூட யாருமே இல்ல...யாருமே இல்லாம அப்படியே போயிருவேன் நெனச்சேன்". "அப்பதான் நீ என் வாழ்க்கைக்குள்ள வந்த நான் உன்ன பார்த்தேன் பார்த்த உடனே கீழே விழுந்துட்டேன். அப்புறம் உன் மனசுக்குள்ளேயும்

விழுந்துட்டேன்" என்று சிரித்துக் கொண்டிருந்தான். அப்போது தூரத்தில் ஒரு குரல் "டேய்...அடேய்... காதுல விழலையா" என்று அவள் கூப்பிட்டாள். அவன் ஆழ்ந்த சிந்தனையில் மூழ்கியதால் அவள் கூப்பிடும் குரல் அவனுக்கு கேட்கவில்லை. "டேய்...அடேய்...நான் ரொம்ப நேரமா இங்க நிக்கிறேன் அங்க என்னடா பண்ணிக்கிட்டு இருக்க வாடா...இங்க" என்று கத்தி கூப்பிட்டாள். அவன் சிந்தனையில் இருந்து கலைந்து "இதோ வரேன் " என்று போனான். அவள் "நான் இப்போ வெளியே போறேன் அப்பா கூட போயிட்டு வந்து மெசேஜ் பண்றேன் சரியா" என்று பாய்...சொன்னாள்.

அவன் சரி என்று சொல்லி விட்டு சிரித்துக் கொண்டு நின்றான். அவள் "மெசேஜ் பண்ணுவேன் ரிப்ளை பண்ணு ஒழுங்கா" என்று சொல்லிவிட்டு கிளம்பினாள். இருவரும் சந்தோஷமாக சென்றார்கள் இப்போது அவங்களுக்கு தெரியாது அது பிரிய போற நேரம் என்று...

❦

உந்தன் பிரிவு...,
எந்தன் வாழ்வில்.,
தாங்க முடியாமல்.,
தவிக்கிறேன்...!!
இது காதல் மாயம் என்று,
நினைக்கிறேன்...!!
நான் மாயமலையில்.!
சிக்கிக் கொண்டேன்.!!
நிஜமா உயிரே.!
நிலையாய் உறவே.!!
அது அவளே.!!!

அவள் அப்பாவுடன் வெளியே போயிட்டு வீட்டுக்கு வந்தாள். அவனுக்கு மெசேஜ் செய்தாள். *நான் வீட்டுக்கு வந்துட்டேன்* என்று. அவன் பதில் அளிக்கவில்லை...அவள் காத்திருந்தாள். அவனுக்கு அனுப்பிய மெசேஜை பார்த்துக் கொண்டிருந்தாள். அப்போது அவள் அம்மா அவளை சாப்பிட அழைத்தாள். அவள் சாப்பிடும் போது அவனைப் பற்றி யோசித்துக் கொண்டிருந்தாள். "அவன் எங்கே போனான் வெளியே எங்கேயாச்சும் போயிருப்பானா?...இல்ல எதாச்சும் ஆயிருக்குமா? இல்ல வேணும்னே பண்றானோ"? என்ற கோபத்துடன் "என் மெசேஜை இன்னும் பாக்காம இருக்கான் அவன் வரட்டும் வரட்டும் என்கிட்ட செத்தான் இன்னைக்கு" என்று நினைக்கும் போது மெசேஜ் வந்தது அவனிடமிருந்து *சரி* என்று அனுப்பி இருந்தான். அவள் கோபத்தில் அவனுக்கு *எங்கடா போன இவ்வளவு நேரம்! நான் எவ்வளவு நேரம் உனக்காக காத்திருந்தேன் தெரியுமா? உனக்கு என்ன ஆச்சு? ஏதாச்சு?...யோசிச்சுக்கிட்டே இருந்தேன்! நீ என்னன்னா ஒண்ணுமே சொல்லாம போயிட்ட! போகும்போது கூட சொல்ல மாட்டியா போடா...! உன்கிட்ட பேசமாட்டேன்...! உன் பேச்சு கா*...என்று மெசேஜ் அனுப்பினாள். அவன் மெசேஜை படித்தான். அதற்கு அவன் *சரி* என்று மெசேஜ் அனுப்பினான். அவள் மிகவும் கோபம் அடைந்தாள். *என்ன சரி...என்ன சரி*...என்று

அவள் பதில் அனுப்பினாள். *இங்கு நிலைமை மோசமா இருக்கு*...என்று மெசேஜ் அனுப்பினான். அவள் சற்று கோபத்தை தள்ளி வைத்துவிட்டு *என்னடா ஆச்சு?...என்று கேட்டாள். *நாம இத பத்தி நாளைக்கு பேசலாம் கடைக்கு வா*...என்று மெசேஜ் அனுப்பினான். *இல்லை இப்பவே சொல்லு எனக்கு தூக்கம் வராது* என்று மெசேஜ் அனுப்பினாள். *நான் சொன்னேன்னா உனக்கு தூங்குறது எப்படின்னு மறந்துரும் அதைப்பத்தி யோசிச்சுக்கிட்டே தூங்காம இருப்ப...அதனால நீ நல்லா தூங்கு நாளைக்கு நாம பேசிக்கலாம் குட் நைட்* என்று சொல்லி மெசேஜ் அனுப்பினான். அவள் அதை பார்த்து சாப்பிடும்போது பாதியில் சாப்பிடுவதை நிறுத்திவிட்டு கிளம்பிட்டாள். அவளின் அம்மா "என்ன சாப்பிடாமல் பாதியிலேயே வச்சிட்டு போற" என்று கேட்டாள். "எனக்கு சாப்பிட பிடிக்கல" என்று வெறுப்புடன் சேர்த்து சோகத்துடன் வெளியே சென்றாள். அப்போது அந்த வேப்ப மரத்தில் உள்ள கருங்குயில் கத்தி கூச்சலிட்டு கொண்டிருந்தது. அதை அவள் பார்த்துக் கொண்டிருந்தாள். ஒரு சில நொடிகளில் கருங்குயில் அந்த இடத்தை விட்டுச் சென்றது. அவள் அதைப் பார்த்துவிட்டு தூங்கச் சென்றாள்.

அ ப்போது அவள் தூங்க முயற்சிக்கிறாள் அவளால் முடியவில்லை. அவன் சொன்ன வார்த்தைகள் அவளுக்கு நினைவு வருகிறது. அதை நினைத்துக் கொண்டு தூங்காமல் படுத்திருக்கிறாள். திரும்பித் திரும்பி படுக்கிறாள் ஆனால், தூங்கவில்லை அவன் சொன்ன வார்த்தை மறுபடியும் மறுபடியும் நினைவுக்கு வந்து கொண்டு இருக்கிறது அதை நினைத்துக் கொண்டு தன்னை அறியாமலே அவனைப் பற்றி யோசித்துக்கொண்டு தூங்கி விட்டாள். காலை விடிந்ததும் அவனின் அழைப்பிற்காக காத்துக் கொண்டிருந்தாள். அப்போது அவனிடமிருந்து மெசேஜ் வந்தது. *குட் மார்னிங்...சாப்டியா*...எனக் கேட்டிருந்தான். அவள் அதற்கு *குட் மார்னிங் இன்னும் சாப்பிடல இனிமேதான் சாப்பிடணும் நீ சாப்டியா?...எப்போ கடைக்கு வரலாம்? எப்போ பேசலாம்*? என்று அவனுக்கு மெசேஜ் அனுப்பினாள்.

அவன் *சரி நான் சாப்பிட்டு விட்டு கடைக்கு வருகிறேன் நீயும் சாப்பிட்டுவிட்டு கடைக்கு வா*... என்று மெசேஜ் அனுப்பினான். சிறிது நேரம் கழித்து இருவரும் வீட்டை விட்டு வெளியே வந்தார்கள். இருவரும் பார்த்துக் கொண்டார்கள். அவள் முகத்தில் பதற்றத்துடன் கடைக்கு சென்றாள். "அவன் என்ன சொல்லப் போறான் என்று அவள் சோகத்துடனும்... அவன் சொல்லப் போகும் விஷயத்திற்கு அவள்

என்ன சொல்லப் போகிறாள் என்று தயக்கத்துடன் அவன் அவள் பின்னாடி சென்றான். "நாம சொல்றத அவ எப்படி எடுத்துக்க போறான்னு தெரியல" என்று நினைத்துக் கொண்டிருந்தான். இருவரும் கடைக்கு வந்தார்கள். "என்னடா ஆச்சு? என்னன்னு சொல்லு?...அப்படி என்ன மோசமான நிலைமை? என்று கேட்டாள். அதற்கு அவன் "நாம இனிமேல் அடிக்கடி பார்க்க முடியாது" என்று சொன்னான். அதைக் கேட்டு அவளுக்கு சுற்றி இருக்கும் அனைத்தும் உயிர் இருந்தும் இல்லாமல் இயங்குவது மாதிரி இருந்தது. ஏதோ வந்து அவள் நெஞ்சில் குத்தியது போல் கண்ணில் இருந்து கண்ணீர் வந்தது. "ஏன்? இப்போ அழுவுற? இப்ப என்ன ஆச்சு? இப்ப நான் என்ன சொல்லிட்டேன்? என்று கேட்டான். அதற்கு "இவ்வளவு நாள் எனக்கு சந்தோசம் அப்படின்னா என்னன்னு உன் கூட இருக்கும் போது தான் தெரிஞ்சது"... "இப்போ நீ இனிமேல் என் வாழ்க்கையில இல்லைன்னு சொல்ற என்னால் அதை பத்தி யோசிச்சு கூட பார்க்க முடியல"...என்று மனம் விட்டு அழுதுகிட்டு கூறினாள். "என்னாலையும் அந்த வலியை உணர முடியுது" என்றான். "ஏன்? நம்மனால பார்க்க முடியாதுன்னு சொன்ன" என்று அழுது கொண்டு கேட்டாள். அதற்கு அவன் "நாங்க வீடு காலி பண்ணிட்டு போறோம்" என்று சொன்னவுடனே கதறி அழுதாள். "ஏன்? என்னாச்சு"? என்று கேட்டாள். அதற்கு அவன் "எங்க குடும்பம் ரொம்ப கஷ்டப்படுற குடும்பம் நாங்கள் ஒருவேளை சாப்பிடுவெதற்கு ரொம்ப கஷ்டப்பட்டோம்"... அவ்ளோ வறுமை. "இங்க நகரத்துக்கு வந்து வயிற்றின் பசியையும் வறுமையையும்

போக்கலாம்னு" வந்தோம். "எங்களால வீட்டுக்கு முன்பணம் செலுத்த கொஞ்சம் கால அவகாசம் கேட்டோம்"...குடுத்தார்கள். எங்களால் முன்பணம் கொடுக்க முடியாததால் வீட்டின் உரிமையாளர் வீட்டைக் காலி செய்ய சொன்னார்" என்று நினைத்துக் கொண்டு, அவளிடம் "எனக்குத் தெரியவில்லை" என்று மறைத்தான். அவள் அவன் கையைப் பிடித்து என்னை விட்டுப் போகாத என்று சொன்னாள். அதைப் பார்த்து அவனுக்கு கண்ணீர் வந்தது. அப்போது "இது காதல் கூட இல்லை அதையும் தாண்டி ஒரு வித பரஸ்பத காதல்" என்று நினைத்தான். அவள் "ஏன்? போற...நீ இங்கேயே இரு என் கூடவே இரு என்று சொன்னாள். "எனக்கு தெரியல திடீர்னு எங்க அம்மா சொன்னாங்க... என்கிட்ட உன்னை விட்டுட்டு போவதற்கு எனக்கும் மனசு இல்ல" என்று சொன்னான். "இல்ல நான் வேணா உன் கூடவே இப்படியே வந்துறவா" என்று கேட்டாள். அவனுக்கு என்ன சொல்றதுன்னு தெரியாமல் நிலைதடுமாறி மனம் உடைந்து நின்று கொண்டிருந்தான். அவள் தேம்பி தேம்பி அழுது கொண்டு "நீ...நிஜமாகவே போறியா இல்ல அன்னைக்கு சொன்ன மாதிரி என்ன ஏமாற்றுவதற்கு பொய் சொல்றியா"... "இல்ல இது பொய் தான உண்மை இல்ல...இல்ல...சொல்லு இது உண்மை இல்லல...என்று அவள் கண்ணீரை துடைத்துக் கொண்டு சொல்லிக் கொண்டிருந்தாள். அது உண்மை என்று அவனுக்குத் தெரிந்ததால் அவளைப் பார்த்து மனம் உருகி அழுதான். அவள் "அப்போ உனக்கு வந்த கனவு நிஜமா நடந்திருச்சுல" என்று சொன்னாள். அதற்கு அவன் "என்ன கனவு" என்று கேட்டான். "அன்னைக்கு நீ சொன்னல்ல

ஒரு கனவு வந்துச்சுன்னு...நீயும் நானும் மட்டும் இருக்கிறோம்! யாரும் இல்ல என்கிட்ட கூட ஒன்னு சொன்னல என்னை மாதிரி யாரும் இல்ல... உன் வாழ்க்கையில யாரும் வரலன்னு சொன்ன... அப்புறம் என்ன விட்டு தூரமா போறேன்னு சொன்ன...ஆனா, எங்கன்னு தெரியலைன்னு சொன்ன அது இப்போ நடந்துருச்சு" என்று அழுது கொண்டே சொன்னாள். "எனக்கு இப்போ என்ன பண்றதுன்னு தெரியல" என்று அவள் கண்ணீருடன் சொன்னாள். அவனிடம் "நான் உன்னை பார்க்கணும் தினமும் பேசணும் எப்பவுமே... ஏதாவது சொல்லு இப்படி அழுதுகிட்டே இருக்க போறியா டா...இல்லை என்ன விட்டுட்டு போகலாம் என்று யோசிக்கிறியா" என்று கேட்டாள். "அப்படி எல்லாம் இல்ல எதுவும்.! அதான் என்னோட மொபைல் நம்பர் உன்கிட்ட இருக்குல்ல நான் எங்க போறேன்னு சொல்றேன்". "அப்பப்போ உன்னை வந்து நான் பார்க்கிறேன்" என்று கூறினான். "சரி நீ எப்ப வீடு காலி பண்ற" என்று கேட்டாள். அதற்கு அவன் "இன்னைக்கு இரவு தான்" என்று சொன்னவுடனே...அவளுக்கு மனசு தாங்க முடியாம அழுதுகிட்டு அவனை இடிச்சுட்டு வீட்டுக்கு ஓடி சென்றாள். அவனுக்கு என்ன பண்றேன்னு தெரியாம நடுரோட்டில் மனம் உடைந்து திசை ஏதும் தெரியாமல் நின்று கொண்டிருந்தான். "நாம ஒரு பொண்ணோட வாழ்க்கையை நிலை குலைய பண்ணிட்டோமோ"... "அவளுடைய மனச நான் காயப்படுத்திட்டேனோ"... என்று அவனிடமே கேட்டுக்கொண்டு அழுதான். அவன் நிலை தடுமாறி வீட்டுக்குச் சென்றான். வீடு காலி செய்யும் வேலை நடந்து கொண்டிருந்தது. அப்போது அவன் மனசு

கேட்காமல் வீட்டு சாமான்களை எடுத்து வைத்துக் கொண்டிருந்தான். எல்லா சாமான்களையும் வண்டியில் ஏற்றிய பிறகு "வீட்டின் கதவை பூட்டிட்டு வா"...என்று சொன்னாள் அவன் அம்மா. மெதுவாக கதவை நோக்கி சென்றான் அவன். அப்போது அந்த எதிர்வீட்டு பெண் அவனைப் பார்த்தாள். அவன் கதவு கிட்டே நின்று கொண்டிருந்தான். அப்போது அவளைப் பார்த்தான். இருவருக்கும் கண் கலங்கியது. அவளுக்கு "ஏன்? என்னை விட்டுப் போற" என்று மனசுக்குள் கதறினாள். அவன் "என்னால உன்னை இப்போ என் கூட கூட்டிட்டு போக முடியாது" என்று மனசுக்குள் கதறிக் கொண்டு கதவை பூட்டினான். அவன் வண்டியில் ஏறினான் வண்டி கிளம்பியது. அவள் அழுது கொண்டு வீட்டுக்குள் சென்றாள்.

அவளின் அம்மா சாப்பிட அழைத்தாள். அவள் தந்து சாப்பிட உட்கார்ந்தாள்.

அப்போது அவளோட அப்பா அவள் அம்மாவிடம் "என்ன எதிர் வீட்டில் இருக்கிறவங்க காலி பண்ணிட்டாங்களாமே" என்று கேட்டார். "ஆமாங்க" என்று சொன்னாள் அவளோட அம்மா. அவளுக்கு அவனின் நினைவுகள் வந்தது அவன் பேசிய வார்த்தைகள் நினைவுக்கு வந்தது. அதனால் சாப்பிட பிடிக்காமல் வெளியே வந்தாள். அவளோட அம்மா "என்ன சாப்பிடாம போற" என்று கேட்டாள். "இல்லமா எனக்கு பசிக்கல" என்று சொன்னாள். "கொஞ்சமாவது சாப்பிட்டுப் போமா" என்று கூறினாள் அவள் அம்மா. "இல்லம்மா எனக்கு பசிக்கல" என்று சோகத்துடன் பொய் சொன்னாள். அவள் அவன் நிற்கும் இடத்தை பார்த்துக் கொண்டிருந்தாள்."

அவன் இப்ப வரைக்கும் இங்கதான் இருந்தான் இப்ப இல்ல அவன் என்ன பண்ணிக்கிட்டு இருப்பான்" என்று யோசித்துக் கொண்டிருந்தாள். அவள் அவன் வீட்டை பார்த்தபடி நின்று கொண்டிருந்தாள். அப்போது அவன் வீட்டு சாவியை கொடுக்க வந்தான் வீட்டு உரிமையாளரிடம். அப்போது அவள் அவன் இருந்த வீட்டைப் பார்த்துக் கொண்டிருப்பதை பார்த்ததும் அவனுக்கு அழுகை வந்தது "என்னடா...இவள் நம்ம மேல ரொம்ப அன்ப வச்சிருக்கா...அளவுக்கு அதிகமா அன்ப கொட்டி வச்சிருக்கா...நம்மள பத்தி யோசிச்சுக் கொண்டே இருக்கிறாள்". "நம்ம தேவை இல்லாம ஒரு பொண்ணு மனச காயப்படுத்திட்டோம்" என்று குழம்பிக் கொண்டிருந்தான்... அவள் தன் வீட்டை பார்த்து கொண்டிருப்பதை அவன் பார்த்ததால் அந்த ஞாபகம் அவனுக்கு திரும்பத் திரும்ப வந்து போய்க் கொண்டிருந்தது. அவனால் அவளை பற்றி யோசிக்காமல் நினைக்காமல் இருக்க முடியவில்லை. அவன் முதன்முதலாய் ஒரு பொண்ணுக்காக அழுகிறோம் அதுவும் மனசு விட்டு அழுகிறோம் என்று நினைத்தான். "இதுதான் காதலா"... என்று அவனுக்குள்ளே கேட்டான். அவனுக்கு அழுகை நிற்கவில்லை... "என்னோட வாழ்க்கையை உன்ன விட்டு பிரிஞ்சா என்னால தாங்க முடியாதுன்னு தெரிஞ்சிருச்சு". "யாருக்காவும் நான் அழுததில்லை... இப்படி ஒரு உணர்வு எனக்கு வந்ததும் இல்ல... இது புதுசா இருக்கு". "நான் இத உண்மையான காதல்னு நினைக்கிறேன்". "நான் அவளோட உண்மையான காதல்ல சிக்கிக் கொண்டேன்". "இது உண்மைதானா...இது நிஜம் தானா... என்று கண்ணீருடன் நடந்து கொண்டிருந்தான்.

 அவளும் நானும்

அப்போது அவளின் நினைவுகளுடன் அடுத்து "நாம சந்திப்போமா... நல்லா பேசுவோமா"...என்று சந்தேகத்துடன் புது வீட்டிற்கு சென்றான்.

அவனின் மனக்குரல் "உண்மையான காதல் ஒன்று சேருமா"... "இரண்டு உயிர்கள் ஒன்னா வாழுமா...காதலோடு"...?

அடுத்து வரும் காவியத்தில் பார்க்கலாம். காலம் பதில் தரும். இணைந்திருங்கள் காதலோடு.

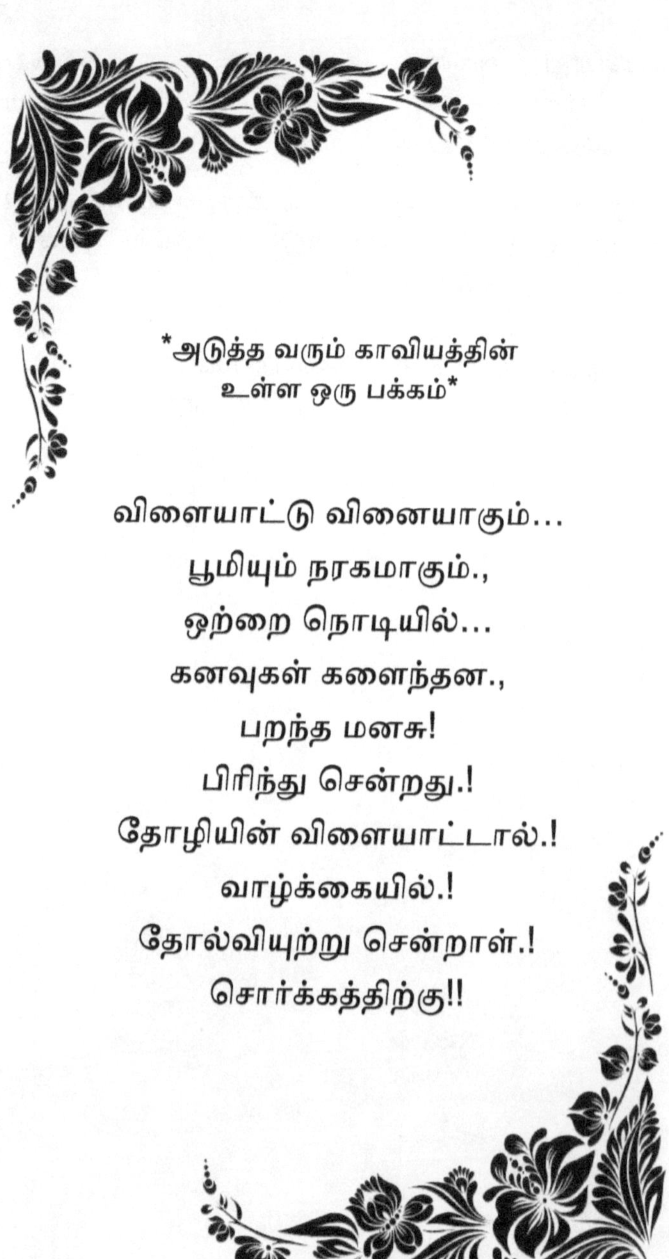

*அடுத்த வரும் காவியத்தின்
உள்ள ஒரு பக்கம்*

விளையாட்டு வினையாகும்...
பூமியும் நரகமாகும்.,
ஒற்றை நொடியில்...
கனவுகள் களைந்தன.,
பறந்த மனசு!
பிரிந்து சென்றது.!
தோழியின் விளையாட்டால்.!
வாழ்க்கையில்.!
தோல்வியுற்று சென்றாள்.!
சொர்க்கத்திற்கு!!

பிரிவின் தாக்கத்தை விட இழப்பின் தாக்கம் அதிக வலியை ஏற்படுத்தும். அவனை நேசித்த ஒரு பெண்ணை இழக்கும் நேரம் வந்தது. அவன் வாழ்க்கையில் முதல் முறையாக இழப்பின் வலியை சந்திக்கிறான்...அடுத்து என்ன?

காவியம் தொடரும்...
அவளும் நானும்...